Impressum
Verlag: BABADADA GmbH, Nedderfeld 112 , 22529 Hamburg
Geschäftsführer / Verlagsleitung: Harald Hof
Druck: Books on Demand GmbH, In de Tarpen 42, 22848 Norderstedt

Imprint
Publisher: BABADADA GmbH, Nedderfeld 112 , 22529 Hamburg, Germany
Managing Director / Publishing direction: Harald Hof
Print: Books on Demand GmbH, In de Tarpen 42, 22848 Norderstedt, Germany

ትምህርት ቤት

school

መ ሪያ ክፍል
klaslokaal
ካፈል
delen
186/2
ሰሌዳ
bord
የትምህርት ቤት ቅጥር ግቢ
schoolplein
መምህር
leraar
ወረቀት
papier
schrijven
እስክሪብቶ
pen
bureau
ስመሪያ
lineaal
መጽሐፍ
boek
ተ ሪ
leerling

የጀርባ ቦርሳ

schooltas

የእርሳስ መያዣ

etui

እርሳስ

potlood

የእርሳስ መቅረጫ

puntenslijper

ላጲስ

gum

የስዕል ደብተር

schetsblok

2 ትምህርት ቤት - school

ስዕል

tekening

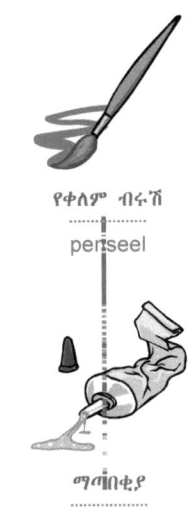

የቀለም ብሩሽ

penseel

የቀለም ሳጥን

verfdoos

መቀስ

schaar

ማጣበቂያ

lijm

መልመጃ ደብተር

schrift

የቤት ስራ

huiswerk

ቁጥር

getal

መደመር

optellen

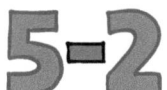

መቀነስ

aftrekken

ማባዛት

vermenigvuldigen

ቁጥሮችን ማስላት

rekenen

ደብዳቤ

letter

ፊደላት

alfabet

ቃል

woord

ፅሑፍ

tekst

ማንበብ

lezen

ጠመኔ

krijt

ትምህርት

les

ምዝገባ

klassenboek

ፈተና

examen

ሰርተፊኬት

diploma

የትምህርት ቤት የደንብ ልብስ

schooluniform

ትምህርት

opleiding

አዉደ ጥበብ

encyclopedie

ዩኒቨርስቲ

universiteit

የምርምር አጉሊ መሳርያ

microscoop

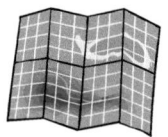

ካርታ

kaart

የቆሻሻ ወረቀት መጣያ ቅርጫት

prullenmand

ሆቴል
hotel
ማረፊያ ቤት
hostel
የዉጭ ገንዘብ ምንዛሪ ቢሮ
wisselkantoor
ልብስ መያዣ ሻንጣ
koffer
መኪና
auto

ቋንቋ

taal

አዎ/ አይደለም

ja / nee

እሺ

oké

ሰላም

Hallo!

አስተርጓሚ

tolk

አመሰግናለሁ

Bedankt.

ንት ነዉ.......?

Wat kost ...?

አልገባኝም

Ik begrijp het niet.

እክል

probleem

እንደምን አመሹ!

Goedenavond!

እንደምን አደሩ!

Goedemorgen!

መልካም ምሽት!

Goedenacht!

ደህና ይሰንብቱ

Tot ziens!

አቅጣጫ

richting

ሻንጣ

bagage

ቦርሳ

tas

የጀርባ ቦርሳ

rugzak

እንግዳ

gast

ክፍል

kamer

የመተኛ ቦርሳ

slaapzak

ድንኳን

tent

የጎብኚዎች መረጃ
....
VVV-kantoor

የባህር ዳርቻ
....
strand

ክሬዲት ካርድ
....
creditkaart

ቁርስ
....
ontbijt

ምሳ
....
lunch

እራት
....
diner

ቲኬት
....
kaartje

አሳንሰር
....
lift

ማህተም
....
postzegel

ድንበር
....
grens

ባህሎች
....
douane

ኤምባሲ
....
ambassade

ቪዛ/የይለፍ ወረቀት
....
visum

ፓስፖርት
....
paspoort

ጓጓዣ

transport

አዉሮፕላን
vliegtuig
መርከብ
schip
የእሳት አደጋ መኪና
brandweerwagen
bus
የጭነት መኪና
vrachtauto
የሞተር ጀልባ
motorboot
ብስክሌት
fiets
መኪና
auto

የማመላለሻ ጀልባ

veerboot

ጀልባ

boot

የሞተር ብስክሌት

motorfiets

የፖሊስ መኪና

politiewagen

የዉድድር መኪና

raceauto

የኪራይ መኪና

huurauto

የመኪና መጋራት

carsharing

ጎታች መኪና

takelwagen

የቆሻሻ ጭነት መኪና

vuilniswagen

ሞተር

motor

ነዳጅ

benzine

የቤንዚን ማደያ

benzinepomp

የመንገድ ምልክት

verkeersbord

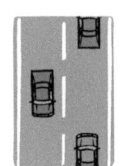

የመኪኖች እንቅስቃሴ

verkeer

የመኪና መጨናነቅ

file

የመኪና ማቆሚያ

parkeerplaats

የባቡር ጣቢያ

station

የባቡር ሀዲዶች

rails

ባቡር

trein

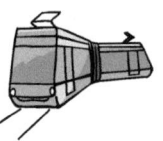

የኤሌክትሪክ ባቡር

tram

ሰረገላ

wagon

ሄሊኮፕተር

helikopter

አየር ማረፊያ

luchthaven

ማማ

toren

መንገደኛ

passagier

ማስቀመጫ፤ ማጠራቀሚያ

container

ካርቶን እቃ ማሸጊያ

verhuisdoos

ጋሪ፤ ተሳቢ

kar

ቅርጫት

mand

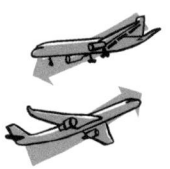

መነሳት/ ማረፍ

opstijgen / landen

ከተማ

stad

መንደር

dorp

የከተማ ማዕከል

stadscentrum

ቤት

huis

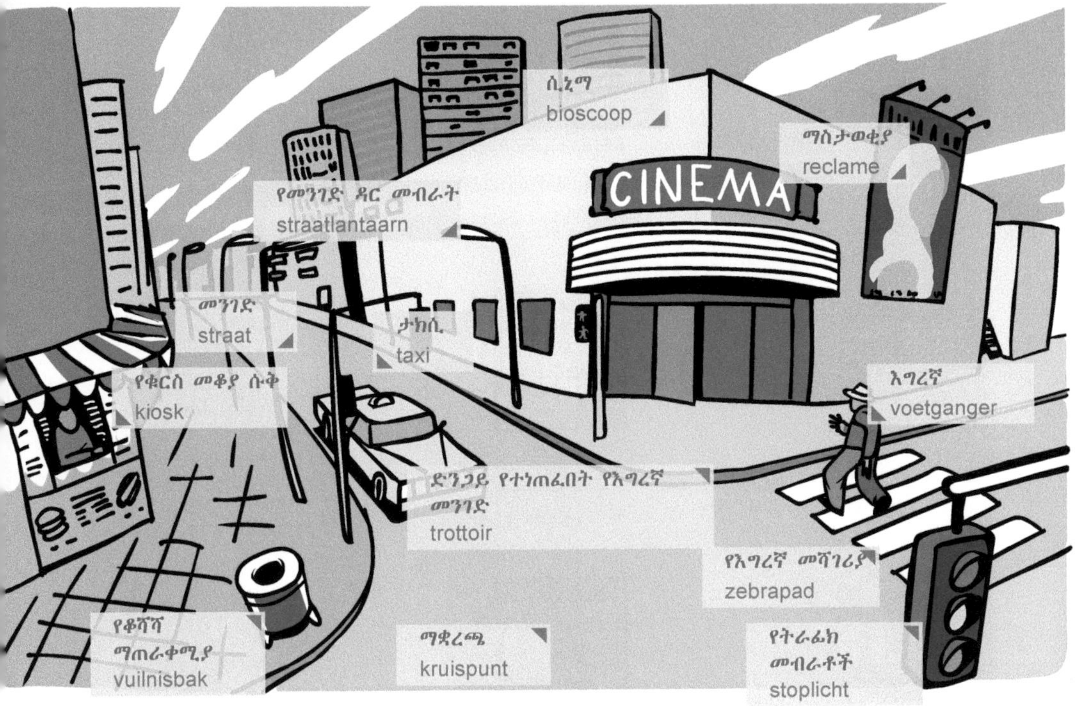
ሲኒማ
bioscoop
ማስታወቂያ
reclame
CINEMA
የመንገድ ዳር መብራት
straatlantaarn
መንገድ
straat
ታክሲ
taxi
የቁርስ መቆያ ሱቅ
kiosk
እግረኛ
voetganger
ድንጋይ የተነጠፈበት የእግረኛ መንገድ
trottoir
የእግረኛ መሻገሪያ
zebrapad
የቆሻሻ ማጠራቀሚያ
vuilnisbak
ማቋረጫ
kruispunt
የትራፊክ መብራቶች
stoplicht

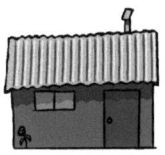

ጎጆ

hut

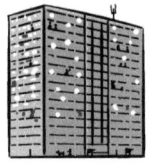

አፓርታማ

appartement

የባቡር ጣቢያ

station

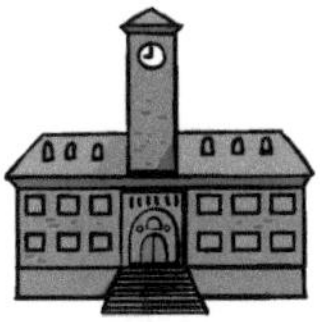

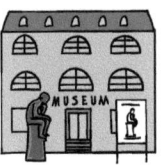

የከተማ አዳራሽ

stadhuis

MUSEUM

ቤተ መዘክር

museum

ትምህርት ቤት

school

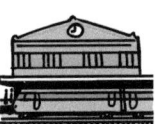

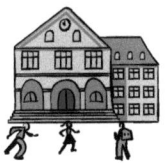

ዩኒቨርስቲ

universiteit

ባንክ

bank

ሆስፒታል

ziekenhuis

ሆቴል

hotel

መድሐኒት ቤት

apotheek

ቢሮ

kantoor

መፅሐፍ መሸጫ

boekenwinkel

ሱቅ

winkel

የአበባ መሸጫ

bloemenwinkel

የሸቀጣ ሸቀጥ መደብር

supermarkt

ገበያ ስፍራ

markt

መደብር

warenhuis

የዓሳ ነጋዴ

visboer

የገበያ ማዕከል

winkelcentrum

ወደብ

haven

መናፈሻ ቦታ

park

አግዳሚ ወንበር

bank

ድልድይ

brug

ደረጃዎች

trap

ዉስጥ ለዉስጥ

metro

ዋሻ

tunnel

የአዉቶቡስ ፌርማታ

bushalte

ባር

bar

ምግብ ቤት

restaurant

የፖስታ ሳጥን

brievenbus

የመንገድ ምልክት

straatnaambord

የመኪና ማቆሚያ ሒሳብ የሚያሰላ ማሽን

parkeermeter

የደር እንስሳት ማቆያ

dierentuin

የመዋኛ ገንዳ

zwembad

መስጊድ

moskee

እርሻ

boerderij

የሚበክል ነገር

vervuiling

ቃብር ስፍራ

begraafplaats

ቤተ ክርስቲያን

kerk

ጫወቻ ሜዳ

speelplaats

ቤተ ቅደስ

tempel

መልከዓምድር
landschap

ቅጠል
blad
የ ንገድ ላይ ምልክት
wegwijzer
ንገድ
weg
አረንጓዴ ስክ
weide
ድንጋይ
steen
በእግሩ የሚጓዝ
wandelaar
ዛፍ
boom
ወንዝ
rivier
ሳር
gras
አበባ
bloem

ሸለቆ

vallei

ኮረብታ

berg

ሀይቅ

meer

ጫካ

bos

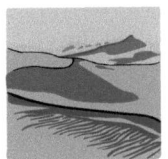

በረሃ

woestijn

እሳተ ገሞራ

vulkaan

ግምብ

kasteel

ቀስተ ዳመና

regenboog

እንጉዳይ

paddenstoel

የቴምብር ዛፍ/ ዘንባባ

palmboom

ቢንቢ/ የወባ ትንኝ

mug

በራሪ

vlieg

ጉንዳን

mier

ንብ

bij

ሸረሪት

spin

ጢንዚዛ

kever

እንቁራሪት

kikker

ሽኮኮ

eekhoorn

ጃርት

egel

ጥንቸል

haas

ጉጉት ወፍ

uil

ወፍ

vogel

የዉሃ ዳክዬ

zwaan

ከርከሮ

wild zwijn

አጋዘን

hert

አጋዘን

eland

ግድብ

stuwdam

በነፋስ የሚሽከረከር

windmolen

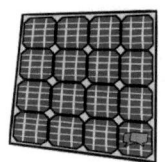

የፀሀይ ፓኔሎ

zonnepaneel

አየር ንብረት

klimaat

16 መልከዓምድር - landschap

ምግብ ቤት

restaurant

አስተናጋጅ
ober
ማዉጫ
menu
ወንበር
stoel
ሾርባ
soep
ፒዛ
pizza
የጠረጴዛ ጨርቅ
tafelkleed
መክተፊያ
bestek

የምግብ ፍላጎትን የሚከፍት
ምግብ
voorgerecht

ዋና ምግብ
hoofdgerecht

ማጣጣሚያ ተከታይ ምግብ
toetje

መጠጦች
dranken

ምግብ
eten

ጠርሙስ
fles

ፈጣን ምግብ

fastfood

የመንገድ ምግብ

eetkraampje

የሻይ ማንቆርቆሪያ

theepot

የስኳር እቃ

suikerpot

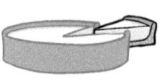

ድርሻ

portie

የቡና ማፈያ ማሽን

espressomachine

ባለጌ ወንበር

kinderstoel

የክፍያ ደረሰኝ

rekening

ትሪ

dienblad

ቢላዋ

mes

ሹካ

vork

ማንኪያ

lepel

የሻይ ማንኪያ

theelepel

ልብስ ምግብ እንዳይነካ የሚረዳ ጨርቅ

servet

ብርጭቆ

glas

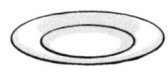

ዝርግ ሰሀን

....

bord

የሾርባ ጎድጓዳ ሰሀን

....

soepbord

የስኒ ማስቀመጫ

....

schotel

ማጣፈጫ ስጎ

....

saus

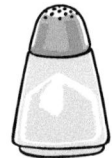

የጨዉ እቃ

....

zoutvaatje

የተፈጨ ቃሪያ

....

pepermolen

ኮምጣጤ

....

azijn

የምግብ ዘይት

....

olie

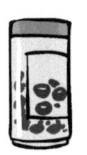

ቀመማ ቅመሞች

....

kruiden

የቲማቲም ድልህ

....

ketchup

ሰናፍጭ

....

mosterd

ማዮኒዝ

....

mayonaise

የሸቀጣ ሸቀጥ መደብር

supermarkt

ልዩ አቅራቦት
aanbieding
FOR
ደምበኛ
klant
የወተት ተዋፅኦ
zuivelproducten
ፍራፍሬ
fruit
ባለ ጎማ የእጅ ጋሪ
winkelwagen

ሉካንዳ ነጋዴ

slager

መጋገርያ

bakkerij

ክብደት መመዘን

wegen

ቅጠላ ቅጠል አትክልት

groente

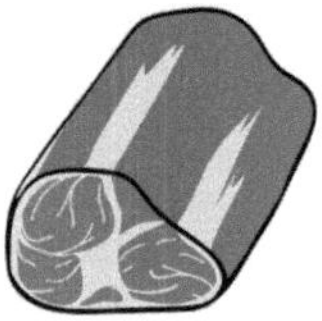

ስጋ

vlees

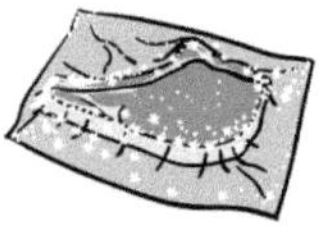

የቀዘቀዘ/የረጋ ምግብ

diepvriesproducten

ቀዝቃዛ ቁራጭ

vleeswaren

የታሸገ ምግብ

conserven

የማጠቢያ ዱቄት

wasmiddel

ጣፋጮች

snoepgoed

የቤት ዉስጥ ዉጤቶች

huishoudelijke artikelen

የፅዳት ምርቶች

schoonmaakmiddel

የሽያጭ ባለሙያ

verkoopster

የገንዘብ መመዝቢያ ማሽን

kassa

የሒሳብ ሰራተኛ

kassier

የግዢ ዝርዝር

boodschappenlijstje

ክፍት ሰዓታት

openingstijden

የኪስ ቦርሳ

portefeuille

ክሬዲት ካርድ

creditkaart

ቦርሳ

tas

የፕላስቲክ ቦርሳ

plastic zak

መጠጦች

dranken

ውሃ

water

ጭማቂ

sap

ወተት

melk

ኮካ-ኮላ

cola

ወይን

wijn

ቢራ

bier

አልኮል

alcohol

ኮካ

chocolademelk

ሻይ

thee

ቡና

koffie

የተፈላ ቡና

espresso

ካፑቺኖ

cappuccino

ሙዝ

banaan

ፖም

appel

ብርቱካን

sinaasappel

ሀብሀብ

watermeloen

ሎሚ

citroen

ካሮት

wortel

ነጭ ሽንኩርት

knoflook

ሸምበቆ

bamboe

ቀይ ሽንኩርት

ui

እንጉዳይ

paddenstoel

ለዉዝ

noten

የህፃናት ምግብ

pasta

ፓስታ

spaghetti

ሩዝ

rijst

ሰላጣ

salade

የድንች ጥብስ

friet

ድንች ጥብስ

gebakken aardappelen

ፒዛ

pizza

ዳቦ ዉስጥ በስሱ ተጠብሶ የገባ ስጋ

hamburger

ሳንድዊች

sandwich

ጥ ስጋ

schnitzel

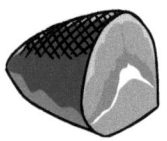

የአሳማ ስጋ

ham

በቅመምና በጨዉ የታሸ ምግብ ቀዝቅዞ የሚበላ ሾርባ ምግብ

salami

ቋሊማ

worst

ዶሮ

kip

ጥብስ

gebraad

አሳ

vis

የአጃ ገንፎ

havermout

ከወተት ጋር ተደባልቀዉ የሚበሉ
··ምግቦች··

muesli

የበቆሎ ቅርፊት

cornflakes

ዱቄት

meel

ኩራሳ

croissant

ድብልብል ዳቦ

broodjes

ዳቦ

brood

መጥበስ

toast

ብስኩት

koekjes

ቅቤ

boter

እርጎ

kwark

ኬክ

taart

እንቁላል

ei

እንቁላል ጥብስ

gebakken ei

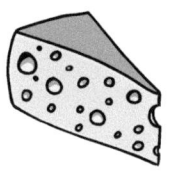

አይብ

kaas

የበረዶ ክሬም

ijs

ስኳር

suiker

ማር

honing

ማርማላት

jam

የተናጠ የወተት ክሬም

chocoladepasta

ማጣፈጫ

kerrie

boerderij

የገበሬ ቤት
boerderij
የእህልና የከብት ማቀመጫ ቤት
schuur
የጭድ ክምር
hooibaal
ሜዳ
veld
ፈረስ
paard
ተሳቢ መኪና
aanhangwagen
የፈረስ ዉርንጭላ
veulen
የእርሻ መኪና
tractor
አህያ
ezel
በግ
schaap
የበግ ጠቦት
lam

ፍየል

geit

ላም

koe

ጥጃ

kalf

አሳማ

varken

ግልገል አሳማ

big

ኮርማ

stier

እርሻ - boerderij 27

ዝይ

gans

ዳክዬ

eend

የዶሮ ጫጩት

kuiken

ዶሮ

kip

አዉራ ዶሮ

haan

አይጥ

rat

ደድመት

kat

አይጥ

muis

በሬ

os

ዉሻ

hond

የዉሻ ቤት

hondenhok

የአትክልት ቦታ

tuinslang

ዉሃ ማጠጫ ባልዲ

gieter

ረጅም ማጭድ

zeis

ማረሻ

ploeg

ማጭድ

sikkel

መኮትኮቻ

schoffel

የእህል መንሽ

hooivork

መጥረቢያ

bijl

ኩርኩር/ የእጅ ጋሪ

kruiwagen

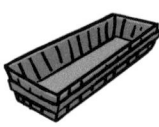

ገንዳ

trog

የወተት ዕቃ

melkbus

ጆንያ ከረጢት

zak

አጥር

hek

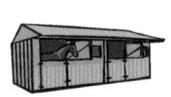

የፈረስ ጋጣ

stal

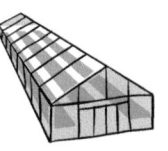

ዕፅዋት ማሳደጊያ የመስታዉት ቤት

broeikas

አፈር

grond

ዘር

zaad

የመሬት ማዳበሪያ

mest

ጥምር ማረሻ

maaidorser

አዝመራ መሰብሰብ

oogsten

አዝመራ

oogst

ድንች

yam

ስንዴ

tarwe

ሶያ

soja

ድንች

aardappel

በቆሎ

maïs

የከብት መኖ

koolzaad

የፍሬ ዛፍ

fruitboom

የካሳቫ ዛፍ

maniok

እህል

granen

ቤት
huis

የጪስ ማዉጫ
schoorsteen
ጣራ
dak
regenpijp
መስኮት
raam
ጋራዥ
garage
የበር ደወል
deurbel
በር
deur
የቆሻሻ ማጠራቀሚያ
prullenbak
ፖስታ ሳጥን
brievenbus
የአትክልት ቦታ
tuin

ሳሎን
....
woonkamer

መታጠቢያ ቤት
....
badkamer

ማድቤት
....
keuken

መኝታ ቤት
....
slaapkamer

የልጅ ክፍል
....
kinderkamer

መመገቢያ ክፍል
....
eetkamer

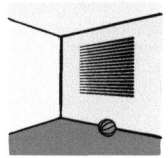

ወለል

vloer

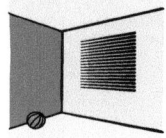

ግድግዳ

muur

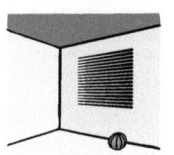

ጣሪያ

plafond

ምድር ቤት

kelder

በእንፋሎት ሙቀት መታጠቢያ ቤት

sauna

ሰገነት

balkon

ከፍ ያለ መደብ

terras

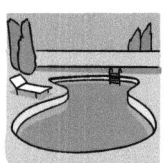

የመዋኛ ገንዳ

zwembad

የማጨጃ መኪና

grasmaaier

አንሶላ

laken

የአልጋ ልብስ

bedsprei

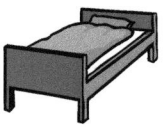

አልጋ

bed

መጥረጊያ

bezem

ባልዲ

emmer

ማብሪያና ማጥፊያ

schakelaar

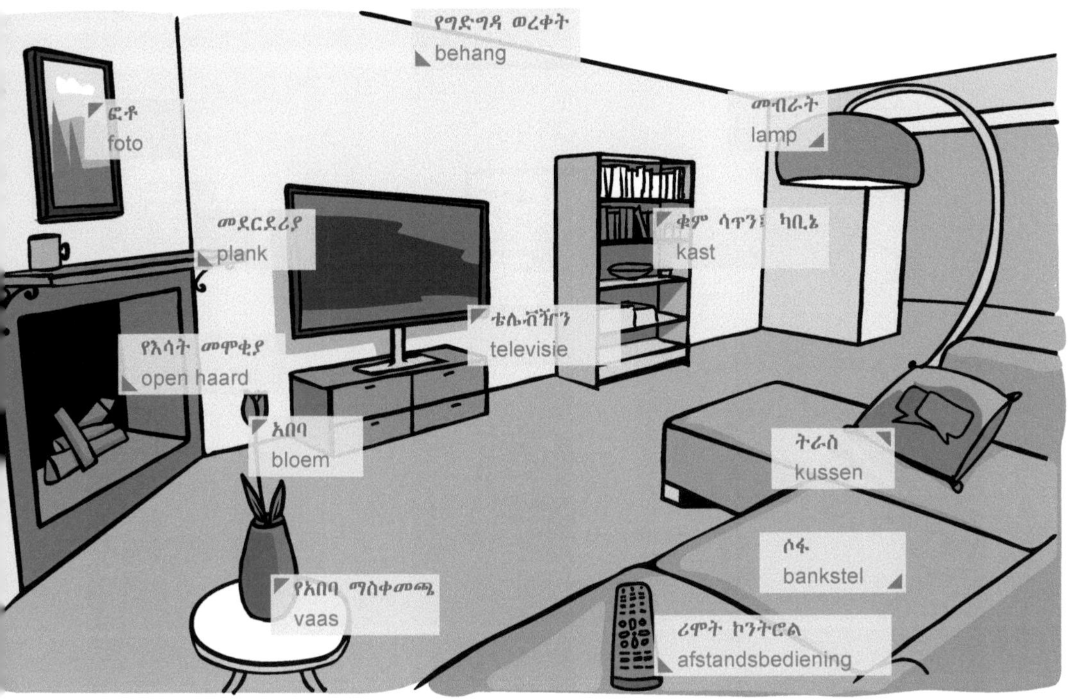

woonkamer

የግድግዳ ወረቀት
behang

ፎቶ
foto

መብራት
lamp

መደርደሪያ
plank

ቁም ሳጥን፣ ካቢኔ
kast

የእሳት መሞቂያ
open haard

ቴሌቪዥን
televisie

አበባ
bloem

ትራስ
kussen

ሶፋ
bankstel

የአበባ ማስቀመጫ
vaas

ሪሞት ኮንትሮል
afstandsbediening

ንጣፍ
tapijt

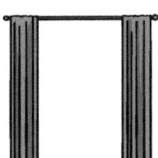

መጋረጃ
gordijn

ጠረጴዛ
tafel

ወንበር
stoel

ተወዛዋዥ ወንበር
schommelstoel

ባለመደገፊያ ወንበር
stoel

መጽሐፍ

boek

ብርድ ልብስ

deken

ጌጥ

decoratie

ማገዶ

brandhout

ፊልም

film

የሙዚቃ መማጫወቻ

stereo-installatie

ቁልፍ

sleutel

ጋዜጣ

krant

ስዕል

schilderij

የተለጠፈ ማስታወቂያ እንደ ስዕል

poster

ራዲዮ

radio

ማስታወሻ ደብተር

kladblok

የአየር ማፅጃ ለምንጣፍ

stofzuiger

ቁልቋል

cactus

ሻማ

kaars

ማድቤት

keuken

ማቀዝቀዣ
koelkast
ማይክሮዌቭ ምግብ ማብሰያ
magnetron
የኩሽና መመዘኛ ሚዛን
keukenweegschaal
ዳቦ መጥበሻ
toaster
ንፁህ ማድረጊያ
schoonmaakmiddel
ምድጃ
oven
ማቀዝቀዣ
vriesvak
የቆሻሻ ማጠራቀሚያ
prullenbak
እቃ ማጠቢያ
vaatwasser

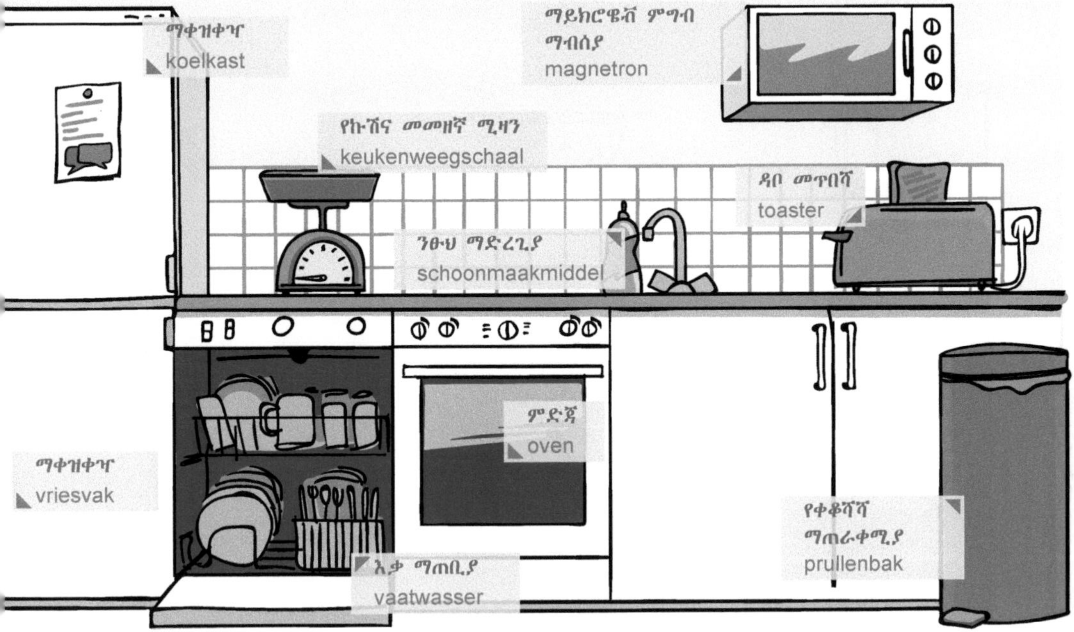

ምግብ አብሳይ

fornuis

ማሰሮ

pan

የብረት ማሰሮ

gietijzeren pan

ምግብ ማብሰያ ዝርግ ድስት

wok / kadai

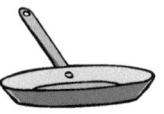

የምግብ መጥበሻ

koekenpan

ማንቆርቆሪያ

ketel

የእንፋሎት ማብሰያ

stoomkoker

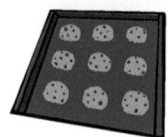

የመጋገሪያ ትሪ

bakplaat

ሰብስቦች

servies

ትልቅ ኩባያ

beker

ጎድጓዳ ሳህን

kom

ቾፕስቲክስ

eetstokjes

ጭልፋ

soeplepel

መሰቅሰቂያ ዝርግ ማንኪያ

spatel

ማደባለቂያ

garde

መወጠሪያ

vergiet

ወንፊት

zeef

መፈርፈሪያ መሳሪያ

rasp

ሲሚንቶ

vijzel

የፍም ጥብስ

barbecue

የተለቀቀ እሳት

vuurhaard

መክተፊያ

....

snijplank

ተንሸራታች መርፌ

....

deegroller

የጠርሙስ መክፈቻ

....

kurkentrekker

ጣሳ

....

blik

የጣሳ መክፈቻ

....

blikopener

የማሰሮ መሸፈኛ

....

pannenlap

ሳህን ማጠቢያ

....

wasbak

ብሩሽ

....

borstel

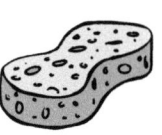

ስፖንጅ

....

spons

መደባለቂያ መሳሪያ

....

blender

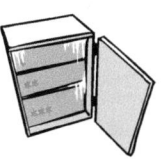

በጣም ማቀዝቀዣ

....

vriezer

ጡጦ

....

babyflesje

ቧንቧ

....

kraan

ማድቤት - keuken 37

መታጠቢያ ቤት
badkamer

ማሞቂያ
verwarming
ፎጣ
handdoek
መታጠቢያ
douche
የመታጠቢያ ቤት መጋረጃ
douchegordijn
የአረፋ መታጠቢያ
bubbelbad
የመታጠቢያ ገንዳ
bad
የልብስ ማጠቢያ
wasmachine
ብርጭቆ
glas
ቧንቧ
kraan
ማዕዘን ወለል
tegels
ፖፖ
potje
ሳህን ማጠቢያ
wasbak

ሽንት ቤት
toilet

የሽንት ቤት መቀመጫ
hurktoilet

ሳፋ
bidet

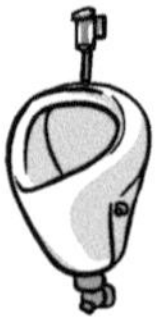

የመንገድ ዳር መሽኛ
urinoir

የሽንት ቤት ወረቀት
toiletpapier

የሽንት ቤት ማፅጃ ብሩሽ
toiletborstel

የጥርስ ብሩሽ

....

tandenborstel

የጥርስ ሳሙና

....

tandpasta

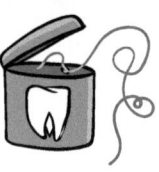

የጥርስ ማፅጃ ክር

....

flosdraad

መታጠብ

....

wassen

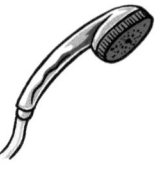

የእጅ መታጠቢያ

....

handdouche

መታጠቢያ

....

toiletdouche

ጎድጓዳ ሳህን

....

waskom

የጀርባ ብሩሽ

....

rugborstel

ሳሙና

....

zeep

የመታጠቢያ የሚዝለገለግ ሳሙና

....

douchegel

የፀጉር መታጠቢያ ሳሙና

....

shampoo

ለስላሳ ጨርቅ

....

washanje

ፍሳሽ

....

afvoer

ክሬም

....

creme

ጠረን መቀየሪያ ንጥረ ነገር

....

deodorant

መስታወት
......
spiegel

የእጅ መስታወት
......
make-upspiegel

ምላጭ
......
scheermes

የመላጫ አረፋ
......
scheerschuim

ከመላጨት በኋላ የሚቀባ ሽቱ
......
aftershave

ማበጠሪያ
......
kam

ብሩሽ
......
borstel

የፀጉር ማድረቂያ
......
haardroger

በፀጉር ላይ የሚነፋ
......
haarspray

የፊት መቀባቢያ
......
make-up

የከንፈር ቀለም
......
lippenstift

የጥፍር ቀለም
......
nagellak

የጥጥ ሱፍ
......
watten

ጥፍር መቁረጫ
......
nagelschaartje

ሽቶ
......
parfum

ማጠቢያ ባልዲ

....

toilettas

መቀመጫ

....

kruk

ሚዛን

....

weegschaal

የመታጠቢያ ልብስ

....

badjas

የላስቲክ ጓንት

....

rubber handschoenen

ሞዴስ

....

tampon

የፅዳት ፎጣ

....

maandverband

የሽንት ቤት ኬሚካል

....

chemisch toilet

የልጅ ክፍል
kinderkamer

የማንቂያ ደዉል ሰዐት
wekker
የህፃን አሻንጉሊት
knuffeldier
የመጫወቻ መኪና
speelgoedauto
ማንገጫገጫ መጫወቻ
rammelaar
የአሻንጉሊት ቤት
poppenhuis
ስጦታ
cadeau

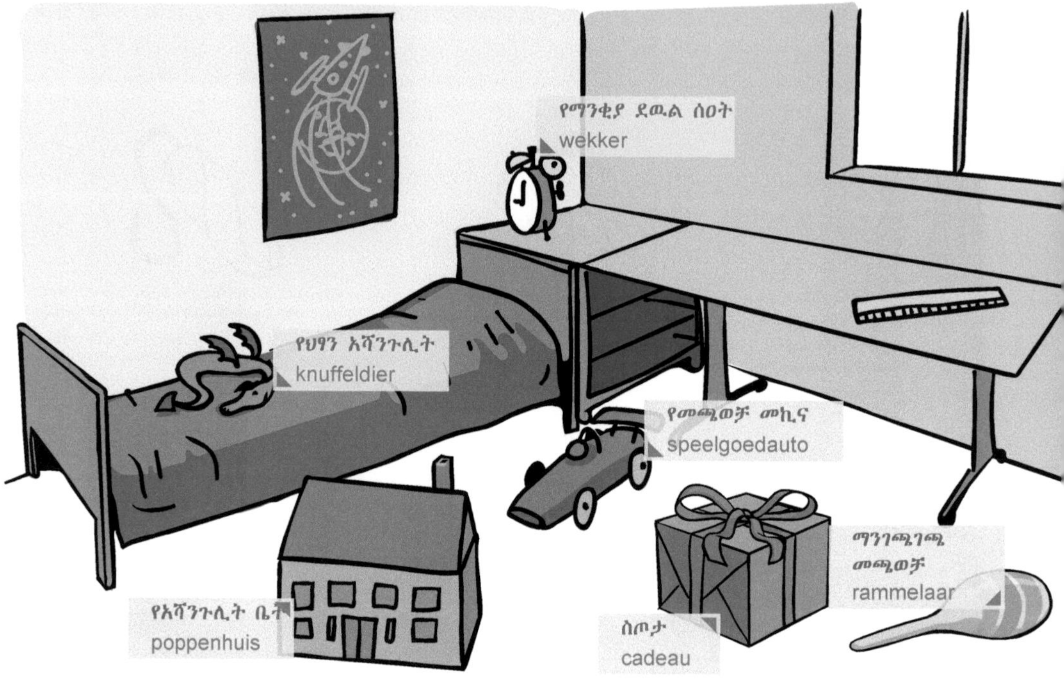

ፊኛ

ballon

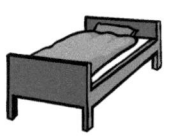

አልጋ

bed

የህፃን ማንሸራሸሪያ ጋሪ

kinderwagen

የካርታ መጫወቻ

kaartspel

ቁርጥራጭ ምስሎችን የማገጣጠም
እና ምስል የማግኘት ጨዋታ

puzzel

አዝናኝ

stripverhaal

ተገጣጣሚ መጫወቻ
....
legostenen

የመጫወቻ መገጣጠሚያዎች
....
speelgoedblokken

የድርጊት ምስል
....
actiefiguurtje

የህፃን እድገት
....
romper

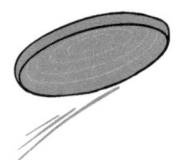

የፕላስቲክ መጫወቻ ዝርግ ሰሀን
....
frisbee

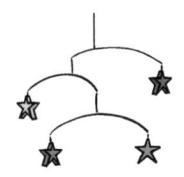

ተወዛዋዥ የህፃን ማጫወቻ
....
mobile

የሰሌዳ ጨዋታ
....
bordspel

የመጫወቻ ጠጠር
....
dobbelsteen

የመጫወቻ ባቡር
....
modeltrein

የእንጀራ እናት ጡጦ
....
speen

ድግስ
....
feestje

የስዕል መፅሀፍ
....
prentenboek

ኳስ
....
bal

አሻንጉሊት
....
pop

መጫወት
....
spelen

የአሸዋ መጫወቻ

zandbak

ዥዋዥዌ

schommel

መጫወቻዎች

speelgoed

የቪዲዮ መጫወቻ

spelcomputer

ባለ ሶስት ጎማ ብስክሌት

driewieler

የአሻንጉሊት ድብ

teddybeer

ቁምሳጥን

kleerkast

አልባሳት

kleding

ካልሲዎች

sokken

ስቶኪንጎች

kousen

ታይት

panty

የአንገት ልብስ
sjaal

ጥንጥላ
paraplu

ክናቴራ
T-shirt

ቀበቶ
riem

ቦቲ
laarzen

የቤት ዉስጥ ነጠላ ጫማ
pantoffels

ስኒከሮች
sportschoenen

ነጠላ ጫማዎች
....
sandalen

ጫማዎች
....
schoenen

የዝናብ ቡትስ
....
rubberlaarzen

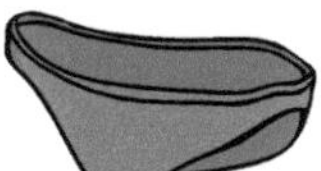

ሙታንታ
....
onderbroek

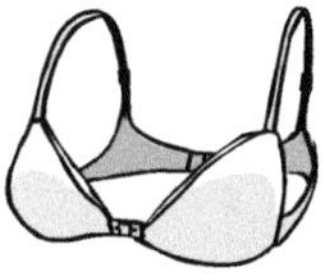

ጡት መያዣ
....
beha

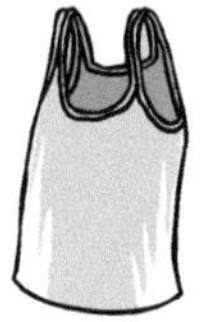

ስደርያ
....
onderhemd

አልባሳት - kleding   45

ሰዉነት
body

ሱሪዎች
broek

ጅንስ
spijkerbroek

ጉርድ ቀሚስ
rok

ሸሚዝ
blouse

ሸሚዝ
overhemd

የሚጠለቅ ሹራብ
trui

ሹራብ
hoody

ዩኒፎርም ጃኬት
blazer

ጃኬት
jas

ኮት
mantel

የዝናብ ኮት
regenjas

ልብስ
kostuum

ቀሚስ
jurk

የሙሽራ ቀሚስ
trouwjurk

ሱፍ

pak

የለሊት ልብስ

nachthemd

የለሊት ልብስ

pyjama

ረጅም ቀሚስ

sari

ሂጃብ

hoofddoek

ጥምጣም

tulband

ቡርቃ

boerka

ሽርጥ

kaftan

አባያ

abaja

የዋና ልብስ

zwempak

አጭር ቁምጣ

zwembroek

ቁምጣዎች

korte broek

የስራ ቱታ

trainingspak

ሽርጥ

schort

ጓንት

handschoenen

ቁልፍ

knoop

መነፅር

bril

አምባር

armband

የአንገት ሀብል

ketting

ቀለበት

ring

የጆሮ ጌጥ

oorbel

ኮፍያ

pet

የኮት መስቀያ

kledinghanger

ኮፍያ

hoed

ከረቫት

stropdas

ዚፕ

rits

የብረት ቆብ

helm

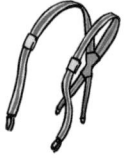

መደገፊያ

bretels

የትምህርት ቤት የደንብ ልብስ

schooluniform

የደንብ ልብስ

uniform

መሃረብ

slabbetje

የእንጀራ እናት ጡጦ

speen

ሽንት ጨርቅ

luier

ቢሮ
kantoor

ማሰራጫ ጣቢያ
server
የፋይል መደርደሪያ ካቢኔ
archiefkast
የህትመት መሳሪያ
printer
ወረቀት
papier
መቆጣጠሪያ
beeldscherm
muis
መፃፊያ ጠረጴዛ
bureau
ማህደር
map
የመፃፊ ቁልፎች
toetsenbord
የቆሻሻ ወረቀት መጣያ ቅርጫት
prullenmand
ኮምፒዉተር
computer
ወንበር
stoel

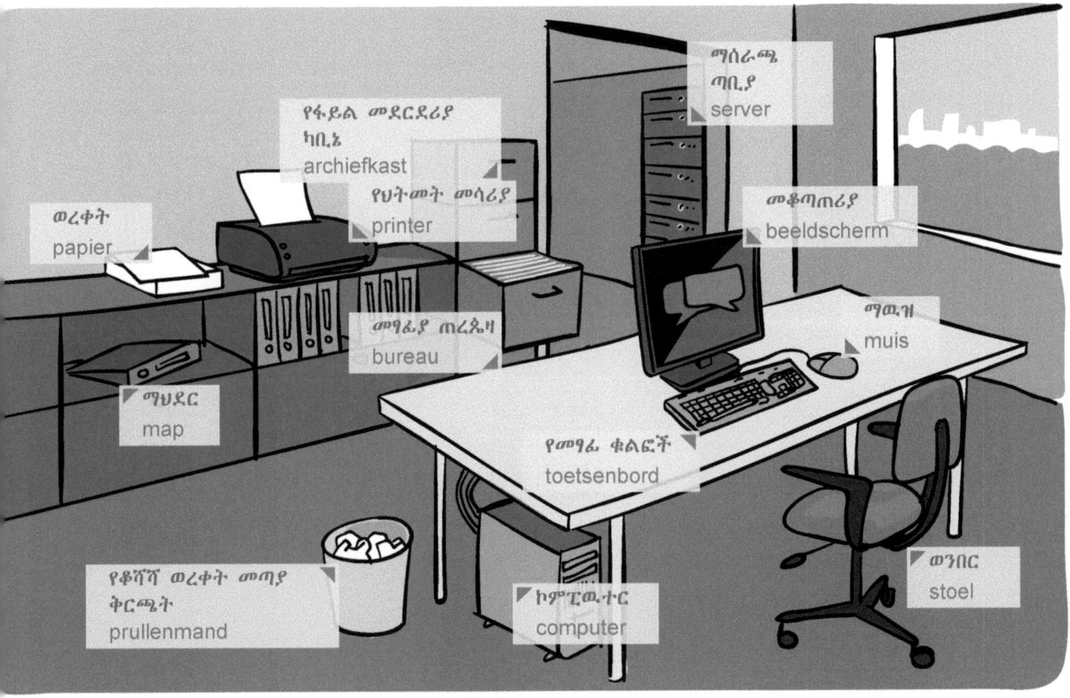

የቡና መጠጫ ትልቅ ኩባያ

koffiemok

ማስልያ ማሽን

rekenmachine

ኢንተርኔት

internet

ላፕቶፕ

laptop

ደብዳቤ

brief

መልዕክት

bericht

ተንቀሳቃሽ ስልክ

mobiele telefoon

የግንኙነት አዉታር

netwerk

ማባዣ ማሽን

kopieermachine

ሶፍትዌር

software

ስልክ

telefoon

የግድግዳ ሶኬት

stopcontact

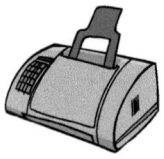

የፋክስ ማሽን

fax

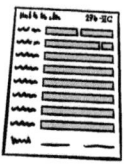

ቅፅ

formulier

ሰነድ

document

መግዛት

kopen

መክፈል

betalen

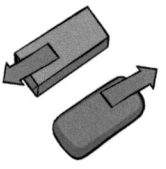

መነገድ

handel drijven

ገንዘብ

geld

ዶላር

dollar

ዩሮ

euro

የን

yen

ሩብል

roebel

የስዊዝ ፍራንክ

Zwitserse frank

ሬንሚንቢ ዩዋን

renminbi yuan

ሩጲ

roepie

የገንዘብ ነጥብ

geldautomaat

የዉጭ ገንዘብ ምንዛሪ ቢሮ

wisselkantoor

ወርቅ

goud

ብር

zilver

ዘይት

olie

ሀይል፤ ጉልበት

energie

ዋጋ

prijs

ግንኙነት

contract

ቀረጥ

belasting

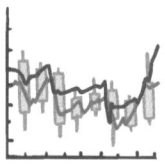

አክስዮን

aandeel

መስራት

werken

ተቀጣሪ

werknemer

ቀጣሪ

werkgever

ፋብሪካ

fabriek

ሱቅ

winkel

የስራ ሙያዎች

የፖሊስ አዛዥ
politieagent
የእሳት አደጋ ሰራተኛ
brandweerman
ምግብ አብሳይ
kok
ዶክተር
dokter
አብራሪ
piloot

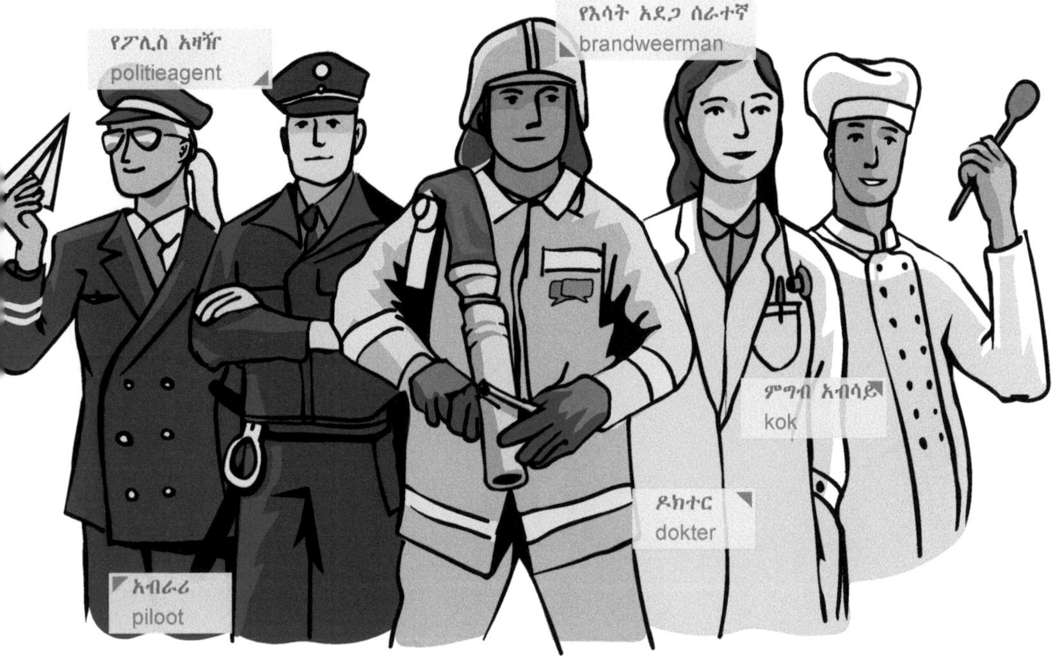

አትክልተኛ

tuinman

አናጢ

timmerman

ልብስ ሰፊ ሴት

naaister

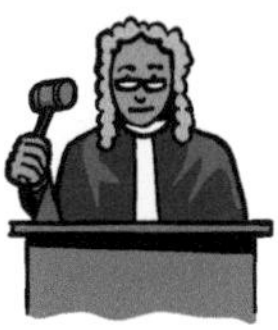

ዳኛ

rechter

ቀማሚ

scheikundige

ተዋናይ

toneelspeler

የአዉቶቢስ ሹፌር

buschauffeur

የታክሲ ሹፌር

taxichauffeur

አሳ አጥማጅ

visser

ፅዳት ሰራተኛ

schoonmaakster

የጣራ ሰራተኛ

dakdekker

አስተናጋጅ

ober

አዳኝ

jager

ሰዓሊ

schilder

ጋጋሪ

bakker

የኤሌትሪክ ሰራተኛ

elektricien

ገምቢ

bouwvakker

መሃሃዲስ

ingenieur

ልኳንዳ

slager

የቧንቧ ሰራተኛ

loodgieter

የፖስታ ሰራተኛ

postbode

ወታደር

soldaat

መሃንዲስ

architect

የሒሳብ ሰራተኛ

kassier

አበባ ሻጭ

bloemist

የፀጉር ሰራተኛ

kapper

ቲኬት ቆራጭ

conducteur

መካኒክ

monteur

ካፒቴን

kapitein

የጥርስ ሐኪም

tandarts

ተመራማሪ

wetenschapper

መምህር

rabbi

የሙስሊም ሃይማኖታዊ መሪ

imam

መነኩሴ

monnik

ካህን

pastoor

መሳሪያዎች

gereedschap

ተቆላፊ ጉጠት
tang
መዶሻ
hamer
መፍቻ
schroevendraaier
የመሳሪ መፍቻ
moersleutel
ባትሪ
zaklamp

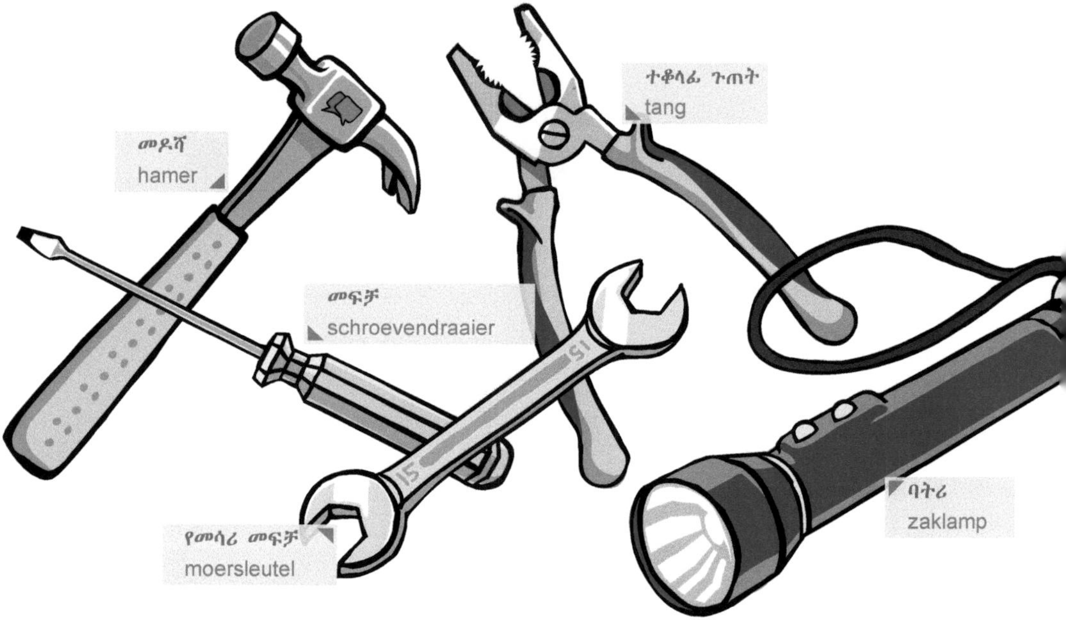

በቁፋሮ የሚዝቅ

graafmachine

የመፍቻ ሳጥን

gereedschapskist

መሰላል

ladder

መጋዝ

zaag

ምስማር

spijkers

መሰርሰሪያ

boor

መጠገን
....
repareren

አካፋ
....
schep

የተረገመ!
....
Verdorie!

ቆሻሻ ማፈሻ
....
stofblik

የቀለም ቆርቆሮ
....
verfpot

ብሎን
....
schroeven

የሙዚቃ መሳሪያዎች
muziekinstrumenten

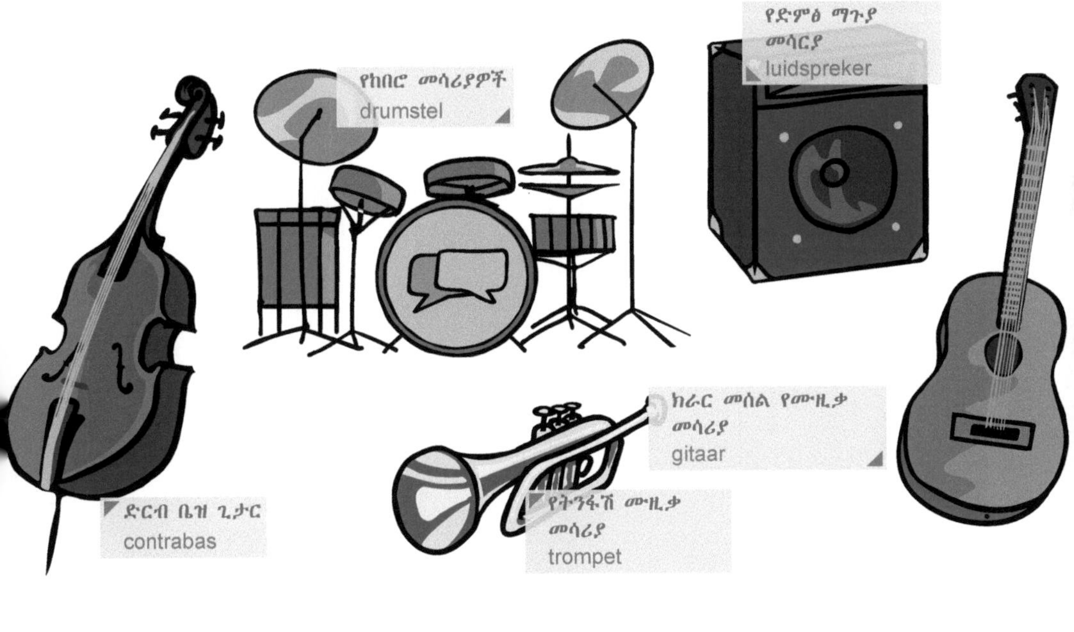

የድምፅ ማጉያ መሳርያ
luidspreker

የከበሮ መሳሪያዎች
drumstel

ድርብ ቤዝ ጊታር
contrabas

ክራር መሰል የሙዚቃ መሳሪያ
gitaar

የትንፋሽ ሙዚቃ መሳሪያ
trompet

ፒያኖ

piano

ቫዮሊን

viool

ወፍራም፤ ጎርናና ድምፅ ያለዉ ክራር መሰል ሙዚቃ መሳሪያ

bas

ነጋሪት

pauk

ከበሮ

trommel

በኤሌክትሪክ የሚሰራ ፒኖ

keyboard

የትንፋሽ ሙዚቃ መሳሪያ

saxofoon

ዋሽንት

fluit

የድምፅ ማጉያ

microfoon

dierentuin

መግቢያ
ingang
ነብር
tijger
ሳጥን
kooi
የሜዳ አህያ
zebra
የእንስሳ ምግብ
dierenvoer
ትልቅ ድብ
panda

እንስሳቶች
....
dieren

ዝሆን
....
olifant

ካንጋሮ
....
kangoeroe

አዉራሪስ
....
neushoorn

ትልቅ ዝንጀሮ
....
gorilla

ድብ
....
beer

ግመል

kameel

ሰጎን

struisvogel

አንበሳ

leeuw

ጦጣ

aap

ቅልጥመ ረዥም ወፍ

flamingo

በቀቀን

papegaai

የወዋልታ ድብ

ijsbeer

የዋልታ ወፎች

pinguïn

ረጅም ጥርሶች ያሉትአሳ ነባሪ

haai

ጣዎስ

pauw

እባብ

slang

አዞ

krokodil

የዱር አራዊት የሚጠበቁበት
ማቆያን የሚጠብቅ

dierenverzorger

አሳ በሊታ የባህር እንስሳ

zeehond

የዱር ድመት

jaguar

60 የደር እንስሳት ማቆያ - dierentuin

ድንክ ፈረስ

pony

ነብር

luipaard

ጉማሬ

nijlpaard

ቀጭኔ

giraffe

ንስር

adelaar

ከርከሮ

wild zwijn

አሳ

vis

የባህር ኤሊ

schildpad

የባህር አዉሬ

walrus

ቀበሮ

vos

የሜዳ ፍየል፤ ሚዳቋ

gazelle

የስፖርት አይነቶች

sport

የአሜሪካ እግርኳስ
American football
የብስክሌት ስፖርት
wielrennen
ቴኒስ
tennis
የቅርጫት ኳስ
basketbal
ዋና
zwemmen
የቡጢ ስፖርት
boksen
የበረዶ ላይ የገና ጨዋታ
ijshockey

እግር ኳስ

voetbal

የላበ ኳስ ጨዋታ

badminton

አትሌቲክስ

atletiek

የእጅ ኳስ ስፖርት

handbal

የበረዶ መንሸራተት ስፖርት

skiën

ፈረስ ግልቢያ

polo

እንቅስቃሴዎች

activiteiten

springen
ማቀፍ
knuffelen
መሳቅ
lachen
መራመድ
lopen
መዘመር
zingen
ህልም ማለም
dromen
መፀለይ
bidden
መሳም
kussen

መፃፍ

schrijven

መሳል

tekenen

ማሳየት

tonen

መግፋት

duwen

መስጠት

geven

መዉሰድ

oppakken

መያዝ

hebben

ማድረግ

doen

መሆን

zijn

መቆም

staan

መሮጥ

rennen

መሳብ

trekken

መወርወር

gooien

መዉደቅ

vallen

መዋሸት

liggen

መጠበቅ

wachten

መሸከም

dragen

መቀመጥ

zitten

መልበስ

aankleden

መተኛት

slapen

መንቃት

wakker worden

መመልከት

....

bekijken

ማልቀስ

....

huilen

መጫር

....

strelen

ማበጠር

....

kammen

ማውራት

....

praten

መረዳት

....

begrijpen

ጥያቄ

....

vragen

ማዳመጥ

....

horen

መጠጣት

....

drinken

መብላት

....

eten

ማንፃት

....

opruimen

ማፍቀር

....

houden van

ምግብ ማብሰል

....

koken

መንዳት

....

rijden

መብረር

....

vliegen

መርከብ መንዳት
....
zeilen

ቁጥሮችን ማስላት
....
rekenen

ማንበብ
....
lezen

መማር
....
leren

መስራት
....
werken

ማግባት
....
trouwen

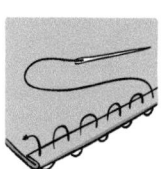

መስፋት
....
naaien

ጥርስ መቦረሽ
....
tandenpoetsen

መግደል
....
doden

ማጨስ
....
roken

መላክ
....
verzenden

እንቅስቃሴዎች - activiteiten

የሴት አያት
grootmoeder

የወንድ አያት
grootvader

አባት
vader

እናት
moeder

ህፃን
baby

ሴት ልጅ
dochter

ወንድ ልጅ
zoon

እንግዳ

gast

አክስት

tante

አጎት

oom

ወንድም

broer

እህት

zus

አካል

lichaam

ግንባር
voorhoofd
አይን
oog
schouder
ጣት
vinger
ፊት
gezicht
አገጭ
kin
እጅ
hand
ጡት
borst
እግር
been
ክንድ
arm

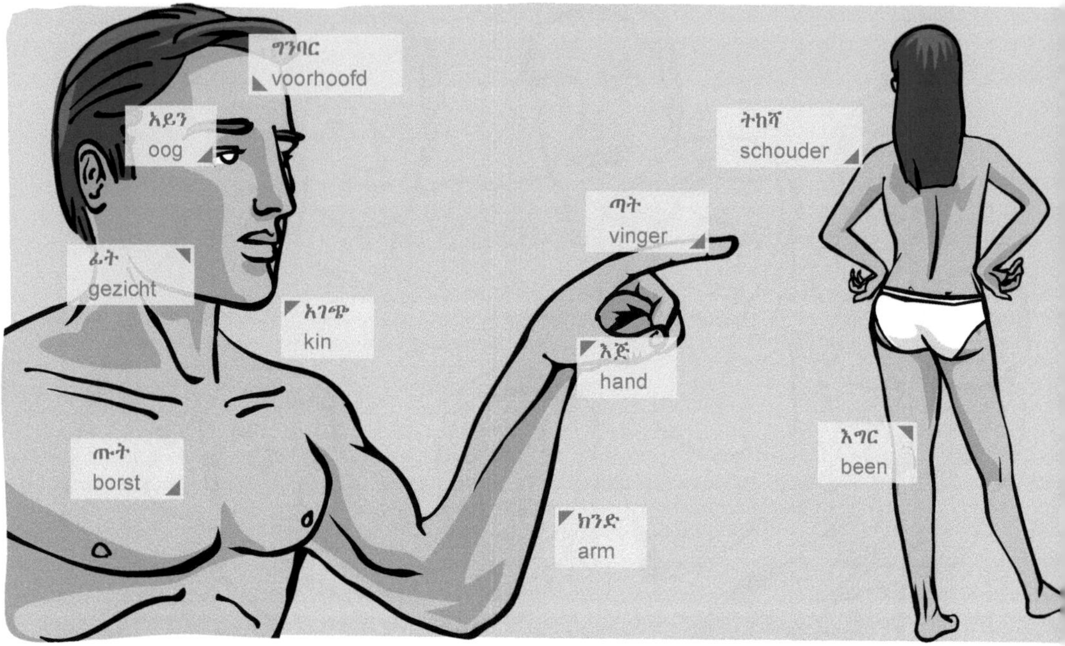

ህፃን

baby

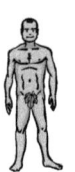

ሰዉ

man

ሴት

vrouw

ልጃገረድ

meisje

ወንድ ልጅ

jongen

ራስ

hoofd

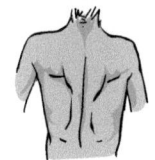

ጀርባ
rug

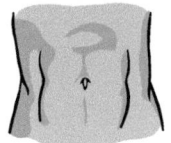

ሆድ
buik

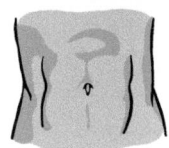

እምብርት
navel

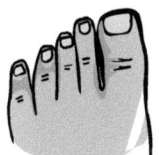

የእግር ጣት
teen

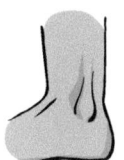

ተረከዝ
hiel

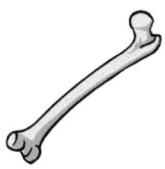

አጥንት
bot

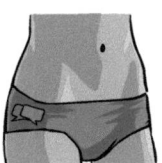

ዳሌ
heup

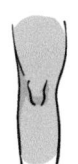

ጉልበት
knie

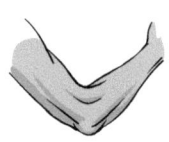

ክርን
elleboog

አፍንጫ
neus

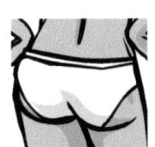

ቂጥ
achterwerk

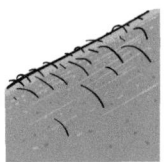

ቆዳ
huid

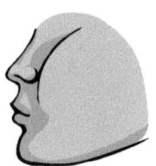

ጉንጭ
wang

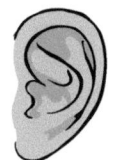

ጆሮ
oor

ከንፈር
lippen

አካል - lichaam

አፍ

mond

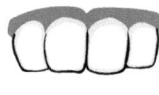

ጥርስ

tand

ምላስ

tong

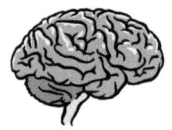

አንጎል

hersenen

ልብ

hart

ጡንቻ

spier

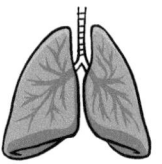

ሳምባ

long

ጉበት

lever

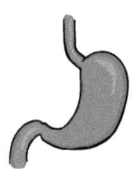

ሆድ

maag

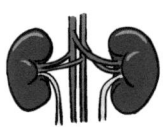

ኩላሊቶች

nieren

የግብረስጋ ግንኙነት

geslachtsgemeenschap

ኮንዶም

condoom

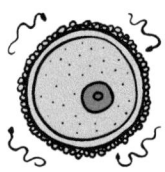

የሴት እንቁላል

eicel

የዘር ፈሳሽ

sperma

እርግዝና

zwangerschap

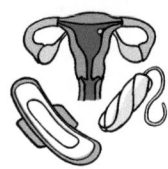

የወር አበባ

menstruatie

እምስ

vagina

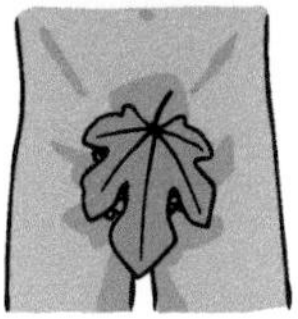

ቁላ

penis

ቅንድብ

wenkbrauw

ፀጉር

haar

አንገት

hals

ሆስፒታል
ziekenhuis

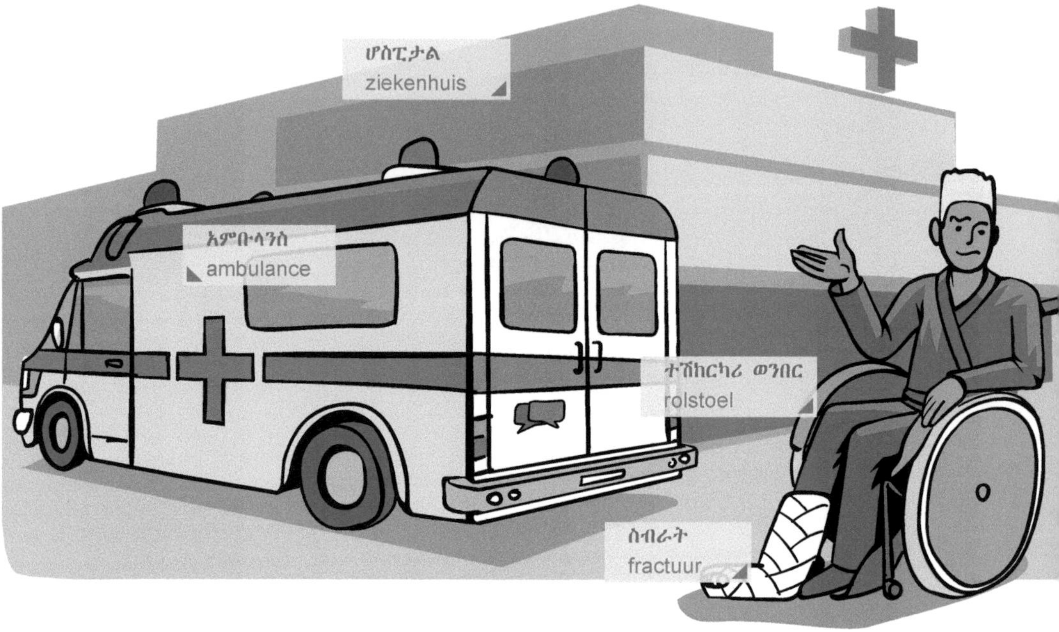

ሆስፒታል
ziekenhuis
አምቡላንስ
ambulance
ተሽከርካሪ ወንበር
rolstoel
ስብራት
fractuur

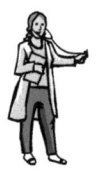

ዶክተር

dokter

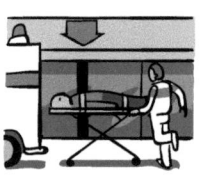

ድንገተኛ ክፍል

EHBO

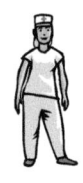

ነርስ

verpleegster

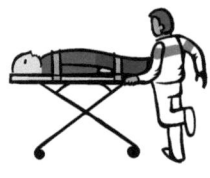

ድንገተኛ

noodgeval

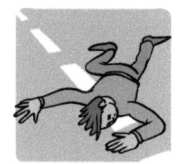

ራስን መሳት/ አለማወቅ

bewusteloos

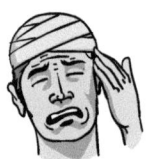

ህመም

pijn

ጉዳት

verwonding

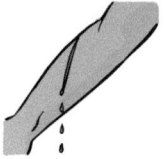

መድማት

bloeding

የልብ ድካም

hartaanval

ስትሮክ

beroerte

አለርጂ

allergie

ሳል

hoest

ትኩሳት

koorts

ኢንፍሉዌንዛ

griep

ተቅማጥ

diarree

የራስ ምታት

hoofdpijn

ካንሰር

kanker

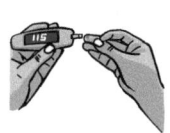

የስኳር በሽታ

diabetes

ቀዶ ጠጋኝ ሐኪም

chirurg

የቀዶ ጥገና ስለት

scalpel

ቀዶ ጥገና

operatie

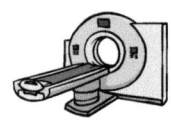

ሲቲ

CT

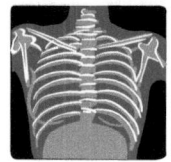

ኤክስሬዮ

röntgen

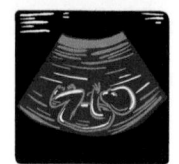

አልትራሳዉንድ

echografie

የፊት ጭምብል

gezichtsmasker

በሽታ

ziekte

መጠበቂያ ክፍል

wachtkamer

ምርኩዝ

kruk

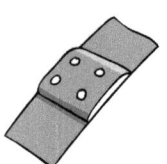

የቁስል ማሸጊያ

pleister

ፋሻ

verband

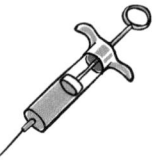

መርፌ

injectie

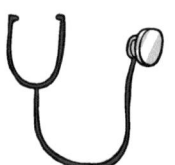

የልብ ምት ማዳመጫ መሳሪያ

stethoscoop

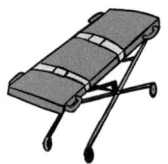

የበሽተኛ አልጋ

brancard

የህክምና ሙቀት መለኪያ መሳሪያ

thermometer

መውለድ

geboorte

ከልክ ያለፈ ክብደት

overgewicht

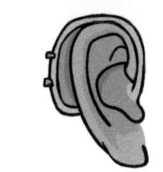

ለመስማት የሚረዳ መሳሪያ

gehoorapparaat

ፀረ ተባይ መድሀኒት

ontsmettingsmiddel

ማመርቀዝ

infectie

ቫይረስ

virus

ኤች አይቪ ኤድስ

HIV / AIDS

ህክምና

medicijn

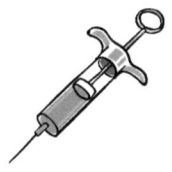

ክትባት

inenting

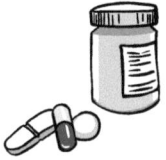

ኪኒን

tabletten

ኪኒን

pil

አስቸኳይ የስልክ ጥሪ

alarmnummer

ደም ግፊት መቆጣጠሪያ

bloeddrukmeter

ህመም/ ጤንነት

ziek / gezond

ድንገተኛ
noodgeval

እርዳታ!

Help!

ማንቂያ ደዉል

alarm

ጥቃት

overval

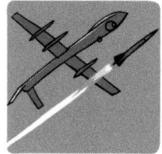

ድብደባ

aanval

አደጋ

gevaar

የድንገተኛ መዉጫ

nooduitgang

እሳት!

Brand!

እሳት ማጥፊያ

brandblusser

አደጋ

ongeluk

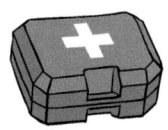

የመጀመሪያ እርዳታ መድሃኒት መያዣ

EHBO-koffer

ነፍስ አድን

SOS

ፖሊስ

politie

አዉሮፓ

Europa

ሰሜን አሜሪካ

Noord-Amerika

ደቡብ አሜሪካ

Zuid-Amerika

አፍሪካ

Afrika

እስያ

Azië

አዉስትራሊያ

Australië

አትላንቲክ

Atlantische Oceaan

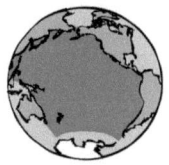

ፓስፊክ

Stille Oceaan

የህንድ ዉቅያኖስ

Indische Oceaan

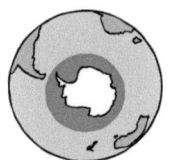

አንታርክቲክ ዉቅያኖስ

Zuidelijke Oceaan

አርክቲክ ዉቅያኖስ

Noordelijke IJszee

ሰሜን ዋልታ

Noordpool

ደቡብ ዋልታ

Zuidpool

አንታርክቲካ

Antarctica

ምድር

aarde

መሬት

land

ባህር

zee

ደሴት

eiland

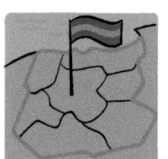

አገርና ህዝብ

natie

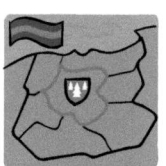

መንግስት

staat

ምድር - aarde

ሰዓት

klok

የሰዓት ገፅታ

wijzerplaat

ሰዓት

uurwijzer

ደቂቃ

minutenwijzer

ሴኮንድ

secondewijzer

ስንት ሰዓት ነው?

Hoe laat is het?

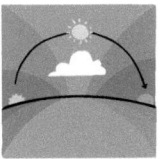

ቀን

dag

ጊዜ

tijd

አሁን

nu

የቁጥር ሰዐት

digitaal horloge

ደቂቃ

minuut

ሰዓታት

uur

week

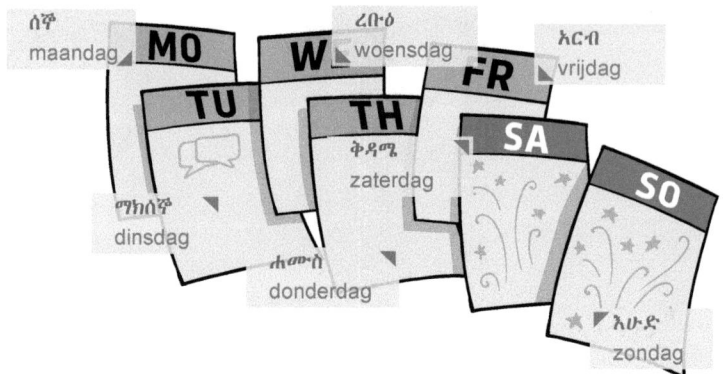

ሰኞ
maandag
MO
ማክሰኞ
dinsdag
TU
ረቡዕ
woensdag
W
ሐሙስ
donderdag
TH
አርብ
vrijdag
FR
ቅዳሜ
zaterdag
SA
እሁድ
zondag
SO

ትላንት
....
gisteren

ዛሬ
....
vandaag

ነገ
....
morgen

ማለዳ
....
ochtend

ቀትር
....
middag

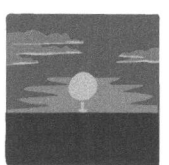

ምሽት
....
avond

የስራ ቀናት
....
werkdagen

የዕረፍት ቀናት
....
weekend

ዓመት

jaar

ዝናብ
regen
ቀስተ ዳመና
regenboog
ጥጥ የሚመስል አመዳይ
በረዶ
sneeuw
wind
ፀደይ
voorjaar
መኸር
herfst
በጋ
zomer
ክረምት
winter

4.APRIL 11°
5.APRIL 4°
6.APRIL 13°
7.APRIL 8°
8.APRIL 10°

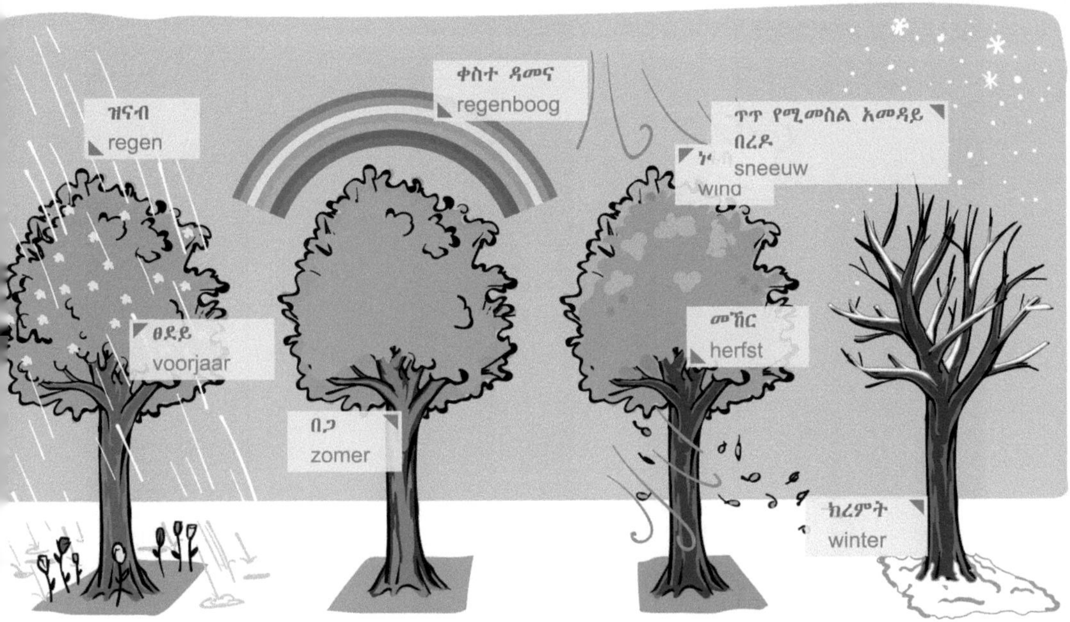

የአየር ሁኔታ ትንበያ

weerbericht

F
0
10
0
-10

የሙቀት መለኪያ

thermometer

የፀሀይ ሙቀት

zonneschijn

ደመና

wolk

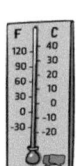

ጭጋግ

mist

እርጥበታማነት

luchtvochtigheid

መብረቅ

bliksem

ነጎድጓድ

donder

አዉሎ ንፋስ

storm

የበረዶ ዝናብ

hagel

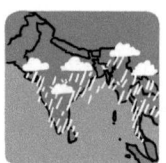

አዉሎ ንፋስ

moesson

ጎርፍ

overstroming

በረዶ

ijs

ጥር

januari

የካቲት

februari

መጋቢት

maart

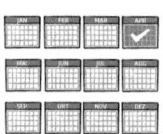

ሚያዚያ

april

ግንቦት

mei

ሰኔ

juni

ሐምሌ

juli

ነሀሴ

augustus

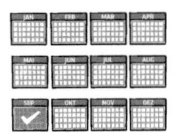

መስከረም

september

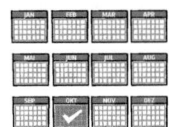

ጥቅምት

oktober

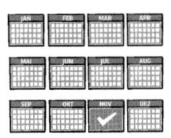

ህዳር

november

ታህሳስ

december

ቅርፆች
vormen

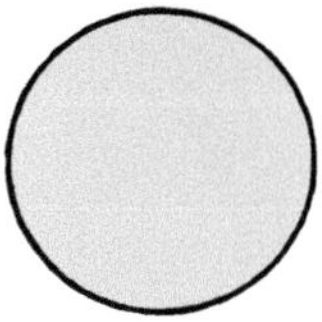

ክብ

cirkel

አራት ማዕዘን

vierkant

አራት ቀጥተኛ ማዕዘኖች ጎኖች ያሉት ቅርፅ

rechthoek

ሶስት ማዕዘን

driehoek

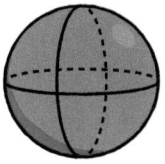

ሉል

bol

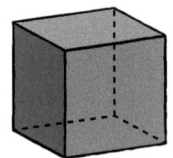

ስድስት ጎን ያለዉ ቅርፅ

kubus

ቀለማት

kleuren

ነጭ

wit

ቢጫ

geel

ብርቱካናማ

oranje

ሮዝ

roze

ቀይ

rood

ወይን ጠጅ

paars

ሰማያዊ

blauw

አረንጓዴ

groen

ቡኒ

bruin

ግራጫ

grijs

ጥቁር

zwart

ተቃራኒዎች

tegenstellingen

ብዙ/ ጥቂት

veel / weinig

ንዴት/ እርጋታ

boos / rustig

ቆንጆ/ አስቀያሚ

mooi / lelijk

ጅማሬ/ ፍፃሜ

begin / einde

ትልቅ/ ትንሽ

groot / klein

ደማቅ/ ደብዛዛ

licht / donker

ወንድም/ እህት

broer / zus

ንፁህ/ ቆሻሻ

schoon / vies

የተሟላ/ ያልተሟላ

volledig / onvolledig

ቀን/ ምሽት

dag/ nacht

የሞተ/ ህያዉ

dood / levend

ሰፊ/ ጠባብ

breed / smal

የሚበላ/ የማይበላ

eetbaar / oneetbaar

ክፉ/ ደግ

gemeen / aardig

ደስተኛ/ ድብርተኛ

opgewonden / verveeld

ወፍራም/ ቀጭን

dik / dun

መጀመርያ/ መጨረሻ

eerste / laatste

ጓደኛ/ ጠላት

vriend / vijand

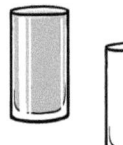

ሙሉ/ ጎዶሎ

vol / leeg

ጠንካራ/ ለስላሳ

hard / zacht

ከባድ/ ቀላል

zwaar / licht

ረሃብ/ ጥማት

honger / dorst

ህመም/ ጤንነት

ziek / gezond

ህገወጥ/ ህጋዊ

illegaal / legaal

ጎበዝ/ ደደብ

intelligent / dom

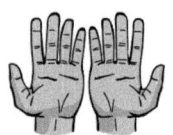

ግራ/ ቀኝ

links / rechts

ቅርብ/ ሩቅ

dichtbij / ver

አዲስ/ አሮጌ

nieuw / gebruikt

ምንም/ የሆነ ነገር

niets / iets

ሽማግሌ/ ወጣት

oud / jong

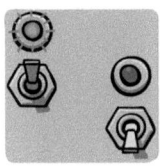

የበራ/ የጠፋ

aan / uit

ክፍት/ ዝግ

open / gesloten

ፀጥታ/ ጫጫታ

zacht / luid

ሃብታም/ ደሃ

rijk / arm

ትክክለኛ/ የተሳሳተ

goed / fout

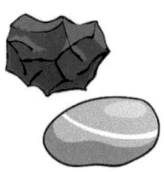

ሻካራ/ ለስላሳ

ruw / glad

ሐዘን/ ደስታ

verdrietig / gelukkig

አጭር/ ረዥም

kort / lang

ዝግተኛ/ ፈጣን

langzaam / snel

እርጥብ/ ደረቅ

nat / droog

ሞቃት/ ቀዝቃዛ

warm / koel

ጦርነት/ ሰላም

oorlog / vrede

ቁጥሮች
getallen

0	1	2
ዜሮ	አንድ	ሁለት
nul	één	twee
3	4	5
ሶስት	አራት	አምስት
drie	vier	vijf
6	7	8
ስድስት	ሰባት	ስምንት
zes	zeven	acht
9	10	11
ዘጠኝ	አስር	አስራ አንድ
negen	tien	elf

12

አስራ ሁለት

twaalf

13

አስራ ሶስት

dertien

14

አስራ አራት

veertien

15

አስራ አምስት

vijftien

16

አስራ ስድስት

zestien

17

አስራ ሰባት

zeventien

18

አስራ ስስምንት

achttien

19

አስራ ዘጠኝ

negentien

20

ሃያ

twintig

100

መቶ

honderd

1.000

ሽህ

duizend

1.000.000

ሚሊዮን

miljoen

ቋንቋዎች

talen

እንግሊዝኛ

Engels

የአሜሪካ እንግሊዝኛ

Amerikaans Engels

የቻይና ማንዳሪን

Chinees Mandarijn

ሂንዱ

Hindi

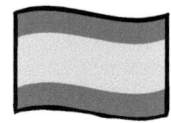

ስፓኒሽ

Spaans

ፍሬንች

Frans

አረብኛ

Arabisch

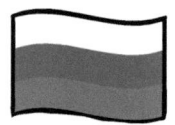

ራሺያኛ

Russisch

ፖርቱጊዝ

Portugees

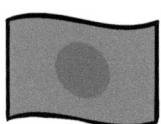

ቤንጋሊ

Bengalees

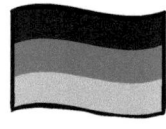

ጀርመን

Duits

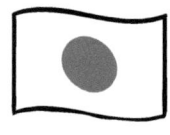

ጃፓንኛ

Japans

ማን/ ምን/ እንዴት

wie / wat / hoe

እኔ

ik

አንተ

jij

እሱ/ እርሷ/ እቃዉ

hij / zij / het

እኛ

wij

አንተ

jullie

እነርሱ

zij

ማን?

wie?

ምን?

wat?

እንዴት?

hoe?

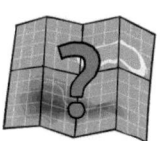

የት?

waar?

መቼ?

wanneer?

ስም

naam

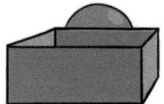

የት

waar

በስተጀርባ

achter

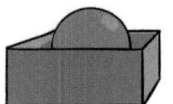

ዉስጥ

in

ከፊት ለፊት

voor

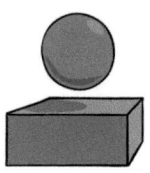

ከላይ

boven

ላይ

op

ከስር

onder

አጠገብ

naast

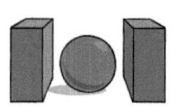

መሃከል

tussen

ቦታ

plaats